మిను జుట్టు

గాయత్రి బాషి

అనువాదం
సుషుమ్న రావు

Tulika

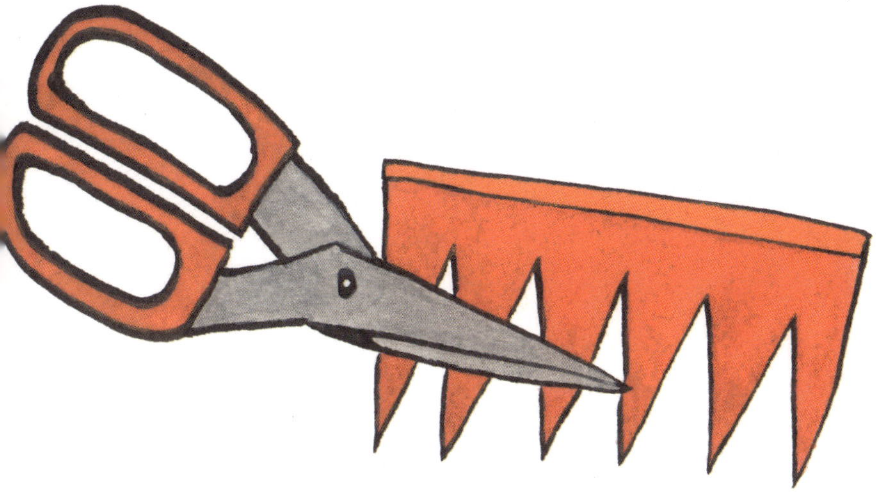

For my grandparents

Minu Juttu (Telugu)

ISBN 978-93-5046-450-2

First published in India, 2013
Reprinted in 2016

Originally in English

Published by
Tulika Publishers, 24/1 Ganapathy Colony Third Street, Teynampet, Chennai 600 018, India
email tulikabooks@vsnl.com *website* www.tulikabooks.com

Printed and bound by
Chennai Expo Prints Pvt. Ltd, 9/6 Chakkarapani Street, West Mambalam, Chennai 600 033, India

మీను కి ఒక సమస్య ఉంది. అది తన జుట్టు.

వాళ్ళ అమ్మ, మిను జుట్టు దువ్వడానికి ప్రయత్నించింది.

మిను వాళ్ళ నాన్న
కత్తిరించెద్దామనుకున్నారు.

మిను వాళ్ళ అమ్మమ్మ జుట్టుకి నూనెపెడదామని అనుకుంది.

కాని, తాతగారికి ఇవేమీ పట్టలేదు.

"అప్పాప్ప!"

“నాకే ఇలాంటి జుట్టు ఎందుకు ఉంది?”

అప్పుడు వాళ్ళ తాతగారు ఇలా అన్నారు...

“మీ అమ్మ, మీ మామయ్యలు, పిన్నిలూ అందరికీ
జుట్టు వంకులు లేకుండా సాఫీగా ఉంటుంది.”

“కానీ, అచ్చన్, తన అన్నదమ్ములూ, అక్కచెల్లెళ్ళూ

అందరికీ బాగా వంకులు తిరిగిన ఉంగరాల జుట్టు ఉంది.”

మిను కి ఈ విషయాలేవి పట్టలేదు.

ఇవేమీ మార్చలేవు.

"కానీ అప్పూప్ప, ప్రతిరోజు నేను నిద్రలేచేసరికి...

"...నా జుట్టు ఇలా పిచిక గూడులా ఉంటుంది."

“కొన్ని రోజులు ఇలా దట్టమైన పొదవాటి అడవి గడ్డిలా ఉంటుంది.”

“నిన్న నేను రెండు కొమ్ములున్న ఒక ఆవులా ఉన్నాను.”

“అందుకే, నాకు నీ జుట్టు అంటే బోల్డంత ఇష్టం” అన్నారు మిను వాళ్ళ తాతగారు.

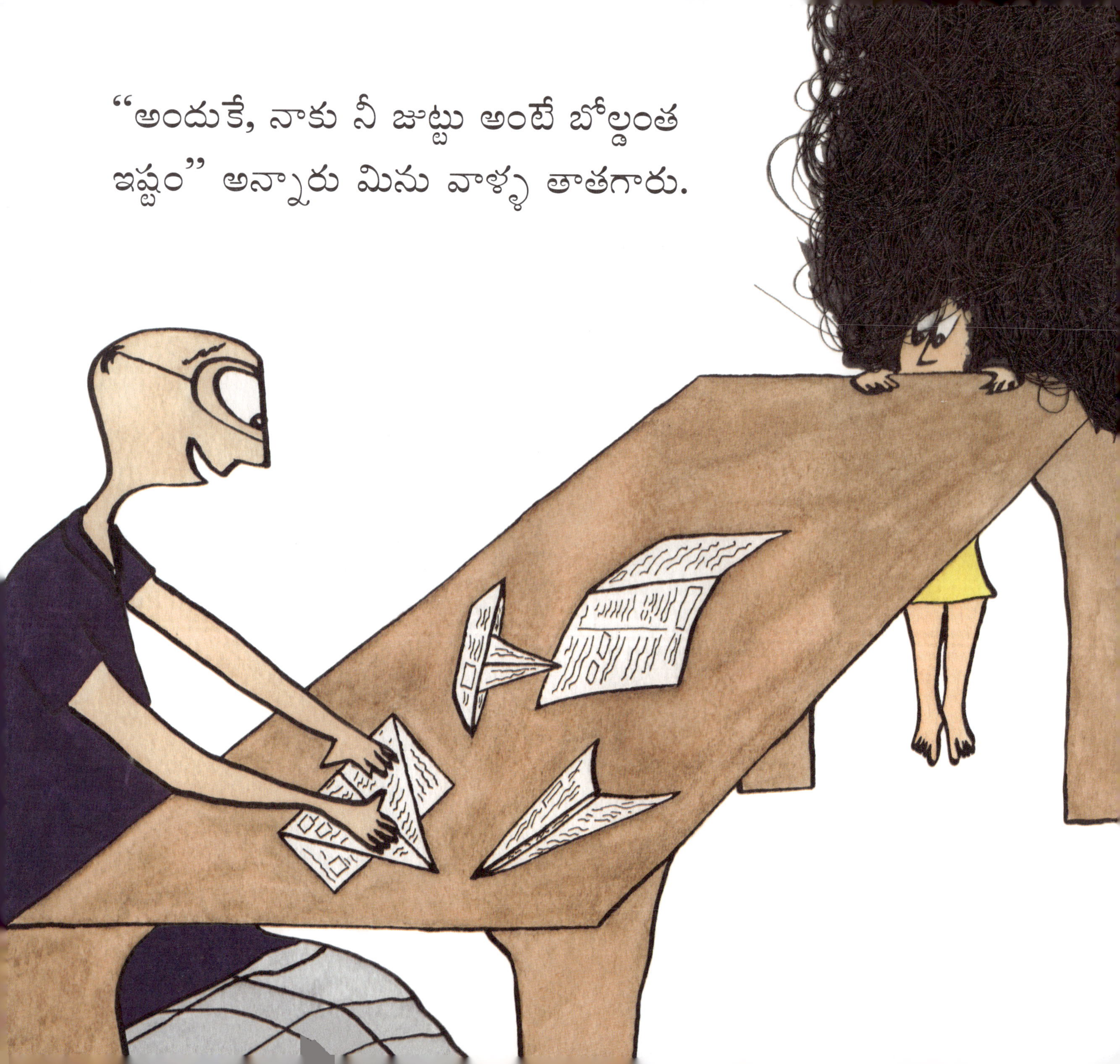

“అంటే?” మిను అడిగింది.

“నేనేమనుకుంటున్నానో సరిగ్గా చెప్తాను” అంటూ మిను వాళ్ళ తాతగారు పెద్దగా నవ్వారు.

"నీ జుట్టు, ఆకాశంలో మేఘాల్లా అనిపించవచ్చు..."

"...సముద్రంలో అలల లాగా."

"చక్కటి నీడను ఇచ్చే ఒక పెద్ద అందమైన చెట్టూ కావచ్చు..."

"...లేదా, చాలా చాలా చాలా చెట్లతో గుబురుగా ఉన్న అడవి!"

“నీ జుట్టు, నువ్వేలా కావాలనుకుంటే అలా ఉంటుంది.”

“నాలాగ కాకుండా!”

“మినూ... రా, నీ జుట్టు దువ్వుతాను!”

"వస్తున్నా, అమ్మా...!"